உறங்கா தென்றல்

பதிப்பகம்

Urangaa Thendral

Edited by Sriswathi Rajendran

Copyright ©

Sriswathi Rajendran - POETRY WORLD ORG 2021

ISBN (Paperback) - 978-93-90724-09-3

First Edition : 2021

Book Design by POETRY WORLD

உறங்கா தென்றல்

தலைமை தொகுப்பாளர்

பார்கவி சிவபிரகாஷ்

தொகுப்பாளர்

ஸ்ரீசுவாதி ராஜேந்திரன்

தலைமை தொகுப்பாளர்

இவள் திருமதி.பார்கவி சிவபிரகாஷ், மஞ்சள் மாநகரமான ஈரோட்டை சேர்ந்தவள். இவள் புனைப்பெயர் "கவியின் கவிதை". கணிதவியல் முதுகலை பட்டம் முடித்தவள். இன்று தன் கனவுகளை முழு மனதோடு ஆர்வமாய் பின் தொடர்கிறாள்.

தனது இன்ஸ்டாகிராம் பக்கத்தில் (*@kaviyinkavithai*) ஏறத்தாழ *2500*க்கும் மேற்பட்ட குறுங்கவிதைகள், நீள்கவிதைகள் பல புனைந்துள்ளார். *Spectrum of thoughts*ல் இணை எழுத்தாளராகவும், தன் முதல் கவிதை திரட்டான *"Enticement of fondness/*காதலின் தாகங்கள்*"* தொகுத்துள்ளார். இப்பொழுது *Poetry World Organisation*ல் தலைமை தொகுப்பாளராய் பல கவிதை திரட்டினை வழங்கி வருகிறார்

இதழ்முத்தம்

முதல்முறை உன் இதழ் குவித்து

உன் மழலை மொழி கொண்டு

என்னுடன் நீ பேசுகையில்

ஏதோ ஓர் இனம் புரியா

அன்பு கொண்டேன் உன்னிடத்தில்...

என் கன்னம் ஒற்றி

உன் பிஞ்சு இதழ் வைத்து

நீ அழுத்த முத்தம் இடுகையில்

என்னையே மறந்து உனக்கான

தாயுமானவள் ஆக்கினாய் என்னை...

என் கண்கள் கலங்கினால்

என்னை யார் ஏசினாலும்

அவர்கள் மனம் கலங்கும் அளவிற்கு

எனக்காய் பரிந்து நிற்பாய் நீ...

உன் பால்வண்ண இதழின் முத்தத்தினை

இந்நொடி வரை பெற இயலா நிலை

வலிக்கதான் செய்கிறது

என் இதயமும் ஓர் மூலையில் இன்று...

– கவியின் கவிதை

தொகுப்பாளர்

இவர் ஸ்ரீசுசுவாதிராஜேந்திரன். கல்லூரி மாணவி. உடுமலைப்பேட்டையைச் சேர்ந்தவர். தமிழ் மற்றும் ஆங்கலத்திலும் கவிதைகள் எழுதும் ஆர்வம் உடையவர். இவரது கவிதைகள் அனைத்தும் "காரிகா" என்ற பெயரில் அமைந்திருக்கும். இவர் தொகுக்கும் முதல் புத்தகம் இது.

Instagram id: kaariga_00

ஊமை கண்கள்

சொல்லாமலேயே புரிந்து விடுகிறது அவர்களுக்கு;
கண்கள் பேசும் பாஷையில் மட்டும்;
அப்படி என்ன சிறப்பம்சம் அமைந்திருக்கிறது
சொற்கள் உதிர்வதற்கு முன்னே அவ்வளவு அவசரம்
கண்களுக்கு..!
மெய்யோ பொய்யோ அப்பட்டமாக காட்டியே விடுகிறது
விருப்போ வெறுப்போ அதையும் காட்டி விடுகிறது
ஊமை தான் ஆனாலும் என்னை விடவும் விவேகமாய்
இருக்கிறது
பதற வேண்டாம்..!
இது ஒரு நாவின் கோபம்.

- காரிகா

உள்ளடக்கம்

அவளும் அமுதும்

அவள் அவளுக்காகத் தான் வாழ்கிறாள்...

போட்டிகள், பொறாமைகள் நிறைந்த இவ்வுலகில்
அவளுக்காக மட்டும்தான் வாழ்கிறாள்...

அனைத்திலும் தனக்கென்று அவள் தரும்
முக்கியத்துவம் வேறு யாரால் அவளுக்கு தர
இயலும்?

அந்த உணர்வை யாரால் புரிந்து கொள்ள
இயலும்?

அவளுக்கென்ற ஒருவனும் அவளுக்குள்
இருக்கலாம், அந்த புனிதத்தை பற்றிய புரிதல்
சிலருக்கு இல்லாமலும் இருக்கலாம்...

பல வருடங்களாக அவள் பிறந்தநாள் கேக்கின்
முதல் துண்டை அவளே உண்ணும்போது கூட
அதில் தன்னை முதன்மைப்
படுத்துபவள்,அவனுடன் இணைந்த அவள்
வாழ்க்கையில் அந்த முதல் துண்டை இருவர்
இதழும் ஒன்றாக ருசித்த பொழுது அது எப்படி
வேண்டுமானாலும் புலப்படலாம்..!

ஆனால் அந்நிலையில் அவள் அவர்களாக
பிறப்பெடுத்தது யாருக்கு தெரியும்..?

யான்

அனாதை என்னும் பட்டம்!

என் வாழ்க்கை வேடிக்கைதான்,
அன்னை இல்லாத எனக்கு,
வாழும் வீடு அன்னையர் இல்லம்.

ஒட்டிக்கிடக்கும் வயிற்றுக்கு,
ஒரு வேளை உணவு போட,
ஓடாய் உழைக்கிறேன்.

மாடர்ன் உடை அணிய ஆசையில்லை,
மானத்தை மறைக்க உடை இருந்தால் போதும்,
அதுவே எனக்கு பேராசை.

இருவிழி கலங்கி நிற்கிறேன்,
ஒருவிழியாவது என்னை பார்த்திடாதாளென்று,
வழியில்லாமல் வலியோடு.

படிப்பதற்கு வாய்ப்பே இல்லை என்பதால்,
தாய் அவளும் பரிசளித்து விட்டாள்,
அனாதை என்னும் பட்டத்தை.

சதாக்ஷி. சி

அரசியல் வியாதி

ஐந்தாண்டு திருட்டில்
ஆயிரம்ரூபாய் முதலீடு!
முதல் அறிக்கையின் பொய்
விவசாய கடன் தள்ளுபடி!
அவசியமில்லாதது எல்லாம்
இலவசம்- இலவசம்!
ஒவ்வொரு நாளும்
கணக்கில்லா கோடி ஒதுக்கீடு!
ஆகச்சிறந்த நடிப்பு- அனைத்தும்
ஏழை எளியவருக்கே பங்கீடு!
சேக்கிழார் இயற்றியது கம்பராமாயணம் -
தமிழ்நாடும்
ஒரு மாவட்டம்!
திருடர்களுக்கு இருட்டே வசதி
சர்க்கார் மாற்றம் - அசதியில்
தூங்கும்போது...

க.சதீஷ்

அனல் காற்று

இளமையில் வறுமை ஆற்றாமை

நித்தமும் கண்களில் ஈரம்

நினைத்ததை முடிக்கமுடியாத ஏக்கம் மனதில்

எஞ்சியது யாவும் நம்பிக்கை மட்டும்தான்

யாவர்க்கும் வீசும் இதமான குளிர் காற்றும்

அவனுக்கு உணரவில்லை அவன் உணர்ந்தது

உணர்வதெல்லாம் அவனுள் இருக்கும் அனல்

காற்றினை மட்டும்தான்

அத்தகைய அனல் காற்று உன்னுள்ளும் இருப்பின்

எத்தகைய எந்த சூழலும் உனைத் தாக்கிடாது!

முயற்சிகள் பல தோற்றாலும் முயற்சிக்கு

தோல்விகள் காட்டாமல் தொடர்ந்து முயற்சி செய்..!

Magizhini

அவனும் அவளும்

வார்த்தைகள் கூட உரிமை கோருமா என்ன?
கோரின ... நீங்கா இடம் ஒன்றை...
அவள் அகராதியில் அவனது வார்த்தைகள்...

கண்களும் கைது செய்யுமா என்ன...
செய்தன அவள் இதயத்தை அவன் கண்கள்..

உணவு மட்டுமே சுவைக்குமா என்ன?
உச்சரிப்பும் சுவைத்தது அவன் பெயரால்...

அறியாமலே மாறி போனாள்... அவனுக்கான
அவளாய்...

கயல்

அழகு

உதிக்கும் சூரியன்
உலவும் நிலவு
பூக்கும் மொட்டுக்கள்
புன்னகைக்கும் உதடுகள்
மழையோடு கருமேகம்
மரங்கள் நிறைய காடுகள்
கூவும் குயில்கள்
குதிக்கும் குரங்குகள்
சிறகடிக்கும் பட்டாம்பூச்சிகள்
சிலிர்க்க வைக்கும் சிங்கங்கள்
வாசமுடன் மலர்கள்
வசந்தம் வீசும் காலங்கள்
எவ்வளவு அழகோ!
அவ்வளவு அழகு
நேயத்துடன் மனிதமும்!!

குமுதினி

அழகு நிலவே

ஒளிர்விடும் விண்மீன்கள்
மத்தியில் மதியே நீ மிளிர்கிறாய்...!
கவின் முகம் காட்டி
உயிர்களைக் கவர்கிறாய்...!
பிறைமுகம் காட்டியே
பாரினை சிறை பிடிக்கிறாய்...!
முழுமதியாய் வந்து முகிலிடையே மறைந்து
கண்ணாமூச்சியும் ஆடுகிறாய்...!
இடையிடையே விடுப்பெடுத்து இடைவிடாது
தேடவும் வைக்கிறாய்...!
பார்க்கும் கணமெல்லாம்
மனதின் கனம் குறைக்கிறாய்...!
நின் உலகமாய் நில்லாது எங்களைச்
சுற்றிச்சுற்றி வந்து கொள்ளைகொள்கிறாய் நீ...!!
அழகு நிலவே....!!!

ச. த. ரேணுகா

அன்னை

பொன் நிற மேனி வாட,
சின்ன சின்ன கனவுகளுடன் மண்ணில் கால்
பதித்து,
பச்சை நிற வைரத்தை புதைத்து,
பால் வண்ணம் மாறாத பிள்ளையை,
தனியே விட்டு விட்டு,
வயலில் இறங்கி வேலை செய்யும் தேவதை
அவள்!
வேலையில் முழுகிய போதிலும்,
பேதை அவளின் நினைவு எல்லாம்,
அவளின் குழந்தை மீதே நிலைத்து இருந்தது.
பசி வண்ணம் பிள்ளை வாடி அழ,
அன்னை அவள்,
அனைத்தையும் மறந்து,
பிள்ளை அடைந்து பசி தீர்த்தாளே!
தன்னைவிட தன் குழந்தையை உயிர் என
கொண்டாளே,
அகிலத்தில் அன்பை விதைத்தாளே!

Santhiya. L

அன்புள்ள காதலிக்கு

உன்னைக் கண்டேன் கண்களால் அல்ல

உன் மொழியைக் கேட்டேன் செவிகளால் அல்ல

உன் இதயம் அறிந்தேன் அறிவால் அல்ல

உன்னை புரிந்தேன் என் மனதின் வழியாக

புரிந்ததும் உணர்ந்தேன் பிரியமான தோழியே

நிலவைப் போல் வெண்மனம் கொண்டவளே

இனிய கீர்த்தனையாக இனிப்பவளே, என் கீர்த்தியே

அன்பிற்குரிய கார்நிற கடவையே

கண்ட நாளன்றே தொலைந்து விட்டேன்

தொலைந்தாலும் நெகிழ்ந்தேனடி அன்பே

தொலைந்ததாலே உன் காதலிலே

பரத் வர்ஷன்

அம்மாவின் அரவணைப்பு

அளவில்லா அன்பிற்கும் உரிய அன்னையே;
ஆரம்பத்தில் நிகழ்வில் இருந்த நீ இறுதியில்
நினைவிற்கு சென்றுவிட்டாய்
ஈடுயிணையில்லா உன் இடத்தில்,
உணர்வோடு எனக்கு ஊக்கமூட்டுபவர் யார்?
என்ற கேள்விக்கு
விடை தெரியாமல், திகைக்கின்றேன்
ஏக்கமுள்ள பார்வையில் நான்!
எக்காளமிடும் உலகம்,
ஐயங்கொண்ட பார்வையில் நான்...
தனிமையில் மூழ்கிவிடுவேன் என்று,
ஒருபோதும் எனைவிட்டு பிரியமாட்டேன் என்று
ஓய்வெடுக்க சென்றுவிட்டாய் ஒய்யாரமாக!
ஓளடதமாய் இருந்து என்னை குணப்படுத்த
வேண்டிய நீ...
இன்று அர்த்தமற்று போய்விட்டாய்...

தேவகி மாதையன்

ஆகச்சிறந்த அவள்

ஆகச்சிறந்த அவள்
இதயமதை திருடியவள்!
கவிதைக்கு காதலி தேவை இல்லை
காதல் மட்டும் போதுமென உணர்த்தியவள்!!
தோற்றுதான் போகிறது
அவளுடனான என் ரோசமும் மீசையும்!
அழகான ஆபத்தும் அவளே
அன்பான ராட்சசியும் அவளே
என் தனிமை நிமிடங்கள் அனைத்திலும் நிரம்பி
வழியும்,
பெண்மை கலந்த பேயும் அவளே!
மனனம் செய்யாமலே...
மனமதில் பதிந்தவள்
நிசப்தமான இரவுகளில் இதமாக;
இதயத்தை குளிர செய்பவள்,
என் பிழைகள் அனைத்தையும் திருத்தும்
பிழையில்லா கவிதையவள்!
அவள் சொன்னதற்கும்,
நான் சொல்லாததற்குமான வார்தைகளுக்கிடையே
ஏராளமாய் கொட்டிக் கிடக்கின்றது!
ஆகச்சிறந்த அவளுடனான
என் உறவின் ஆர்த்தங்கள்.

திருச்சி தென்றல், கவிஞர்

நா.பிரவீன்

இசை

காலங்கள் பல கடந்தும்,
மொழிகள் பல கொண்டும்,
வேற்றுமைகள் பல இருந்தும்,
உலகத்து உயிர்களின்
உணர்வையும் வாழ்வையும்,
மென்மையாகவும்,
வண்மையாகவும்,
கோர்த்த வண்ணம்,
உலகியலின் ஆதியுமான
ஓம்கார ஸ்வரூபமாகவும்,
இயற்கை அன்னையின் வரமாக
ஏழு ஸ்வரங்களாகவும்,
ஆறறிவு ஜீவன்களின் ஜீவ நொடியில்,
ஜனனம் முதல் மரணம் வரை,
வாழ்வின் வழியாய்,
ஒளியின் ஒலியாய்,
இன்றியமையாத இ(றை)சை..!

சீ.ம.காவிய பிரியா

இயற்கையை நேசி

ஆறு, மலை, காடுகள் அளவற்ற வீடுகள்
இயற்கையை இழந்து வாடும் பல்வேறு நாடுகள்.
கடற்கரை சமவெளி மிக பசுமையான புல்வெளி
சுட்டெரிக்கும் சூரியனும் சுகமாய் மாறும்
கதிரொளி!
மண் வாசம் வீசும் அது இயற்கையின் பாசம்
இயற்கையை அழித்து மனிதன் போடுகிறான்
வேஷம்.
கண்ணுக்குக் குளிர்ச்சி மனதுக்கு மகிழ்ச்சி
இரண்டிலும் இன்பம் தருவதும் இயற்கை.
மனிதனின் சூழ்ச்சி அழிவுக்கு முயற்சி இரண்டிலும்
துன்பம் பெறுவதும் இயற்கை.
நீ வாழ அறம் வளர்
இவ்வகிலம் வாழ மரம் வளர்! சுத்தமான
தென்றலை சுவாசி பிறகு இயற்கையை நீ நேசி.
இயற்கை வாழட்டும்! அகிலத்தை ஆளட்டும்

து.சுரதா சுரேஸ்

இருள் உறங்காது

உறக்கமின்றி புரண்டுகொண்டிருக்கிறேன்
கட்டிலுக்கும் பாரமாய்
விரித்தும் எறிந்துமென கம்பளி
பாடாய்ப்பட்டுவிட்டது
நசுக்கியும் கீறியும் தலையணை
சித்திரவதைக்குட்பட்டது
கண்ணீர் ததும்பிடும் நிலையிலும் புன்முறுவல்
உதிர்த்திட ஆறுதலாய்
வார்த்தையின்றி மெல்லிய இரைச்சலிட்டு சுழலும்
மின்விசிறி
நடுசாமத்திலும் கலக்கமின்றி நேரம்காட்டும்
சுவர்கடிகாரம்
பரிதாபமாய் மங்கிய ஒளிசிந்தும் மின்விளக்கு
நீலவானம்விளக்கணைத்தும் நினைவுகளோடு
விழித்திருக்கும் நிலவுகளுக்கு துணையாக
வெண்ணிலா
சுற்றிலும் முணுமுணுத்து நித்திரை தொலைத்து
சொப்பனம் யாசிக்கும்
இயந்திரத்தையும் இயற்கையையும்
அனுதாபத்துடன் உற்றுநோக்குகிறேன் கலங்கிய
கண்களுடன்

ரகசியா

உனக்கென...!

உன் சுமைகளையெல்லாம் இறக்கிவை
சுமந்து வருகிறேன்!
உன் கோபத்தையெல்லாம் வெளிக்காட்டு
வடிகாலாகிறேன்!
நீ இழந்தவைகளை என்னிடம் தேடு
இருந்தால் கொடுத்துவிடுகிறேன்!
உன்னைக் கீறும் முட்களையெல்லாம் அனுப்பிவிடு
உதிரத்தையும் தந்துவிடுகிறேன்!
என்றும் மாறாத் தித்திப்பு தான் நீ!
ஆனால்
உன்னை சுவைத்து மட்டும் செல்ல
இங்கே நானில்லை!
உன்வலிகள் சகித்துக்கொள்வதைப்போலும்
ஒரு சுகமில்லை!

ச.பவித்ரா

உன் சுவாசம்

அவன் என்னை விட்டு சென்றுவிட்டான்...
இருந்தும் தன் வாசத்தை என் மூச்சுக்குழாயில்
நிரப்பிவிட்டு சென்றுவிட்டான் போல...
என் ஒவ்வொரு சுவாசத்திலும் அவன் வாசம்
அவனை நினைவு படுத்திக்கொண்டே
இருக்கின்றது...
காற்றும் அவன் பெயரை சொல்லி என்னை
பார்த்து சிரித்து செல்கிறது...
என் கற்பனைகள் அவன் நினைவு அலைகளால்
நிறைகிறது...
அவன் சுவாசமாய் மண்ணில் வாழ என் உயிர்
ஏங்குகிறது...

Abi

என்னவனைத் தேடி

காலையில் தோன்றும் கதிர் போல்
மாலையில் ஒளிக்கும் மதி போல நாமும்,
ஒருவரை ஒருவர் காணாத நாள் நீடுமோ!
என்னவனே, உன்னை எண்ணி நானும்
என்னை எண்ணி நீயும்
காத்திருக்கும் நொடி கண்டுதான் குடிலுமோ!
உனைச் சேரும் வேளையில்
என் விழிகளில் வழியும் கண்ணீரை
உன் கரம் கொண்டு பரிசித்து,
என் நெற்றியில் உன் இதழ் கொண்டு
நம் காதல் மொழி பேசும் நாளுக்காக
காத்திருக்கிறேன்!
அன்பே, என்பாதியே!
ஒவ்வொரு விடியலிலும் எதிர்பார்கிறேன்,
உன் விழிகளில் என் விழி பதித்து,
உந்தன் பார்வையால் என்னை அலங்கரித்துக்
கொள்ள...

கவிதூறல் சந்திரலேகா

என்றாவது ஒரு நாள்

என்றாவது ஓர் நாள்
சுவரைச் சேராத ஓவியங்கள்
எல்லாம் வண்ணக் கோலங்கள்
போடாமலா போய்விடும்...?
என்றாவது ஓர் நாள்
மண்ணைச் சேராத மழைத்துளிகளெல்லாம்...
கடலில் கலந்துவிடாமலா நின்றிவிடும்?
அழுது தவித்த உதடுகள்
வலிக்க வலிக்க சிரிக்காமலா போய்விடும்??
பனிவிழும் இரவுகள்
பௌர்ணமி நிலவுகள்
அழகாய் தெரியாமலா ஓடிவிடும்....??
என்றாவது ஓர் நாள்..
உலகம் உனக்கானதாய் மாறாமலா
போய்விடும்?

சாகித்யா

என் இறைவி

அவனுடைய அறையில் அனைத்து
அழிக்கப்பட்டன;
அவனால் ஆக்கப்பட்ட அவளின் நினைவுகள்கூட
சிதைந்துவிட்டன;
இருண்டுவிட்டது இவனின் பகல்;
தேய்பிறையாய் நீள்கிறது இவனின் இரவு;
எதைநோக்கிச் செல்கிறது..?
காதலால் நிறைந்த அவனின் கூடு, கிழிந்த
காகிதத்தின் கூடமானது;
ஏன் இந்த ஏமாற்றம்! ஏன் இந்த பிரிவு!
ஏன் இந்த சோகம் என்று உள்ளழும் அவனை
ஓயாமல் ஓலமிடத் தொடங்கியது;
இறைவன் கொடுத்த என் இறைவியே நீ எங்க
காணம போனாயடி..!!
இறுதியில் ஒருகுரல்! அவனின் தனிமையும்
அவனிடம் பேசத்தொடங்கியது..உன்னை வருத்தி
ஏன் நீயே குளிர்காய்கிறாய்!
மௌனமும் கலைய தனிமையும் சிலநேரம்
பொறுத்து இருக்கத்தான் வேண்டும்..!
அனைவரும் விரும்பும் தனிமையும் இன்று
தனிமையே..!

மீ. சிவ ஐஸ்வர்யா

என் தேசம் மாறாதோ?

சாயம் கலந்த சாக்கடை ஆறும்,

மாயம் செய்திடும் மர்ம நோயும்,

மாநிலம் பிரிக்கும் பற்றா நீரும்,

மானுடம் அழிவதை உணர்த்திடும் குறிகள்.

வான்புகழ் கொண்ட நம் தமிழ்நாடு இன்று

கான்வழி தோன்றிய விவசாயம் அழிப்பதும்,

வீண்பழி ஏற்றிடும் விவாதம் நடப்பதை

வானொலி செய்தியாய் கேட்டு வாழ்வதும்,

வாழ்குடி நமக்கு பழக்கம் ஆனதே!!...

காற்றினுள் கம்பியை திரித்திடும் ஊழலும்,

வேற்றிடம் கேட்டிடும் இலங்கை தமிழும்,

மாற்றுவோம் என்றிடும் அரசியல் வாயும்,

வேற்றவர் பேசிட கேட்கிற போதும்

சேற்றினில் மாட்டிய செழும்பொன் காலென

கற்றவர் மதித்தினம் புதைந்திட கண்டேன்!!!..

செ.விகாஷ்

ஒருதலைத் தேடல்

பனி சூழும் காலையிலும்

இருள் சூழும் மாலையிலும்

உன் எண்ணம் கொண்டேனடி!

தூக்கமனைக்கும் வேலையிலும் மதிமுகம்

கண்டேனடி!

அருகில் இருந்தும்

இடைவேளை கொடுத்தாயடி!

தொலைவில் இருந்தும்

நினைவால் சூழ்ந்தாயடி!

ஒற்றையடிப் பாதையாய்

விழி கொண்டாயடி!

என் மனம் திரும்பும்

வாசல் அடைத்தாயடி!

ஒற்றைத் தேடலாய்

காதல் சென்றதடி!

Sindu Baskar

ஒருநாள்

செமஸ்டர் முழுவதும் தொட்டு பார்க்காத
பாடத்தின் தேர்ச்சி
ஒரு நாள் இரவில் மாற்றி அமைக்கப்படும்
என்றால்...
ஐந்து ஆண்டு ஆட்சியில் மாறாத வாக்குப்பதிவு
ஒரு நாள் பிரச்சாரத்தில் மாற்றி அமைக்கப்படும்
என்றால்...
ஆயுள் தண்டனை பெற்ற கைதியின் தண்டனை
காலம் கூட
தலைவர்களின் ஒரு பிறந்தநாளில் மாற்றி
அமைக்கப்படும் என்றால் ...
விலை உயர்ந்தது என்று மதிக்கப்பட்ட 500, 1000
நோட்டுகள் ஒரேநாளில் செல்லாக்காசாகி போகும்
என்றால் ...
இளவரசியாக வீட்டில் வலம் வந்த பெண்
திருமணமான ஒரு நாளில் தன் வீட்டில் இருந்து
வெளியேற்றப்படுவாள் என்றால் ...
கைபேசி உபயோகமே தடை செய்யப்பட்ட
வகுப்பறைகள்

ஒரே நாளில் கைப்பேசிக்குள் அடங்கிப் போகும்
என்றால்...
ஒரே நாளில் எந்த மாற்றமும் சாத்தியமாகும்
என்றால் ..
உங்கள் வேதனைகளை சாதனைகளாக மாற்றி
அமைக்கும்
அந்த ஒரு நாள் நாளையாகவும் இருக்கலாம்
நம்பிக்கையோடு நாளையை எதிர்நோக்குவோம்!!

பூஜா

ஒரு தலை காதல்

இவன் விரும்பி பார்க்க
அவளோ திரும்பி பார்க்க
மெல்ல நகரும் ஒரு தலை காதல்
அவளோ கடந்து செல்கையில் கடலலை தொட்டது
போல் ..
நெஞ்சுக்குள்ளே ஏனோ சிறகடிக்கும் பட்டாம்பூச்சி
எதார்த்தமாய் கைவிரல் பட்டாலும் கோடி
ஆனந்தம் சின்ன பயத்தோடு ..
எதார்த்தமாய் ஒரு வார்த்தை பேசினாலும்
சர்க்கரை பாகாய் கரையுமே மனசு ....
அவளது ஒற்றை பார்வை
இவனை மூடும் போர்வை
சிறு நேரம் கண் மூடினாலும்
வந்து போகுதே அவளது ஞாபகம்
இவனது தேடலில்
அவளை பற்றிய பாடலே
அவளை காணாத நேரம் தேடும்
கண்டால் மனமோ பேச வாடும்
காதலிப்பாளா என்ற ஏக்கத்தைவிட
என்னை கடந்தாவது செல்வாளா என்று துடியாய்
துடிக்கும் மனசு
ஒரு தலை காதல்
அத்துனை சுவாரஸ்யம் ஒரு தலை காதல்

கவிதை காதலன்

ஒரு தொழிலாளியின் ஆதங்கம்

உறக்கங் கெட்டவனுக்கு அலாரமா
வீட்டுக்காரி செஞ்ச சமையல
அரைகுறையா சாப்பிட்டு ஒரு
தூக்குவாளிலயும் போட்டுகிட்டு
நாலு காசு சம்பாதிக்க
பெத்ததுட்டயும் ஒரு வார்த்தைகூட
பேசாம விடுமுறையிலயும்
வேலைக்கு வரேன் பத்துரூபாய்க்கு
செருப்புதொழில் செய்றேன் ஆனா
செருப்பு வாங்க காசில்ல
ஆயிரம் ரூபாய்க்கு ஆசப்பட்டு
தகுதி இல்லாதவனுக்கு ஓட்டுபோட்டு
சொந்த வீட்ல வாழ்ந்தவே
வாடகை வீட்டுக்கு மாறிட்டேன்
ஓட்டு வாங்க வந்தவன்
கோடிசுவரன் ஆகிட்டான்
ஓட்டுபோட்ட நானோ இன்னும்
செருப்பு வாங்க வழியில்ல...!

புரியாத புதிராகவே நான்

ஒற்றுமை

காலம் அது கடந்து போகும் காற்றை போல
ஞாலத்தையும் உன் ஞானத்தை பற்றி   கவலை
இல்லை
மதம் என்று மனிதனையும் சாதி என்று
சமுகத்தையும் பிரித்தது போதும்
சரித்திரத்தில் ஏதடா சாதியும் மதமும்.
சட்டங்களும்,திட்டங்களும் கொண்டு
அகிலத்தை ஆள்வதற்கு வந்ததுடா அரசியல்
அடிமைத்தனம் அரசியலை ஆள்வது எப்படி
உம் குரலுக்கு ஒளி இல்லையோ
உரிமைகளை கேட்போம் வாரிர்உலகத்தை
மீட்போம்
சமுகம் என்ற சமத்துவ சாதியோடும்
மனிதம் என்ற மதத்தோடும்
வாழ்வோம் வாரீர் வாழும் காலம் சிறிது

Ravin.R

ஜன்னல் ஓரம்

மாலை நேரம்
பேருந்தின் ஜன்னல் ஓரம்
அவன் தோள் மீது உறங்கி கொண்டிருந்தாள்
அவள்!
காற்றின் வேகம் அவள் மூக்கின் நுனியில் உரசி
உறக்கம் தொலைத்தாள்!
கூந்தலை அவள் காதுக்கு பின்னால்
ஒதுக்கி கொண்டே அவன் காற்றிடம் கோபம்
கொண்டான்!
அவள் தூக்கத்தை கலைத்ததோடு
அழகிய கூந்தலையும் கலைத்து விட்டாய் என்று!

கவிப்பிரியை

கடைசி தனிமை

காற்றிடம் கதை பேசி பல நாட்களாயின

மழையிடம் மனம் திறந்து சில நாட்களாயின

காவலுக்கு வைத்த நட்சத்திரங்களும் கண்சிமிட்டி

விட்டுச் சென்றன.

என்னவளோ உறக்கத்தில் தனியாய் என்று நான்

நினைக்க

கதை சொல்ல காத்திருந்தேன் கண் திறந்தும்

அவள் அருகில் இல்லை

புதைந்து போன அவளது நினைவு மீண்டும்

மீண்டும் உறக்கத்தில் என்னை தட்டி எழுப்புகிறது

பகலெல்லாம் தூங்கி இரவெல்லாம் விழித்து

இருந்த தருணம் அது

இன்று உறக்கம் என்பதையே மறந்து

கிடக்கின்றேன்

தனிமையை ரசிக்க கற்றுக் கொண்டேன்

என்னவளுக்காக

சாலமோன்.எ

கடந்த மேகம்

அன்று ஓர் அசாதாரண சூழல்

அங்கும் இங்கும் அலைபாய்கிறது

அகம்

அகத்தில் உள்ளவர்களும் அதே

அலைவரிசையில் என்னை

எதிர்நோக்கி உள்ளனர்

ஆனால் நானோ எதிர்பாராமல்

சிக்கிக்கொண்டேன்

அடுத்த அறையில்.......... ஆம்

கொட்டக் கொட்டத் தீராத

கார்மேகத்திடம்

கொஞ்சம் இடைவெளி விட்டதால்

நல்லவேளை தப்பி விட்டேன்......

நன்றி சொல்லத் தான் வேண்டும்

கார்மேகத்திற்கு......என் வாழ்வில்

கடக்கும் மேகமாகவே சென்றதற்கு

காலமும் மனமும் கைகூடிய பின்.

வர்தினி

கருவின் மிச்சம் நீயடி

ஊன முற்றவனாய் பிறந்ததால் என்னவோ, உன்
உறவின் மத ஊனம் எனக்கு பெரிதாக
தெரியவில்லை..

சொந்தங்களால் நிராகரிப்பட்ட மனுவை இப்போது
சொர்கத்தில் மறுபரிசீலனை செய்ய
அனுப்பியுள்ளேன் நல்பதிலை நோக்கி.. தாழியை
ஏத்த என் கரம் நடுங்கவில்லை. மோதிரம் அணிய
உன் விரல் மறுக்கவில்லை.. தாழியை ஏத்த என்
கரம் நடுங்கவில்லை. இடையில் ஏன் இந்த
இடைச்சறுக்கர்களின் சத்தம்.. மனமில்லா
மார்க்கத்தில் மனம் இழந்து செல்கிறேன்..
உன்னுடன் நான் நிற்கும் மணக்கோலம் காண..
உறங்க செல்லும் நிலவிடமும் ஓய்ந்து கிடக்கும்
நதியிடமும் உரக்க சொல்லுவேன்.. என் கருவின்
மிச்சம் நீ என்று....

வீ. மாதவன்

கல்லூரி நினைவுகள்

அவசர அவசரமாக
அந்த ஒன்பது மணிக்குள்
உள்நுழைந்தால் தான் வருகைப் பதிவேடு
விண்ணில் உள்ள விண்மீன்களை கூட
எண்ணிவிடலாம்..
விளையாட்டாய் எடுத்த விடுப்புக்களை எண்ணி
மாளாது
வகுப்பை தவிர்க்க சேத்து வைத்த பொய்கள்
செலவென்று வந்தால் நண்பனின் சட்டைப்பைகள்
எவ்வளவு தான் கிறுக்கினாலும் ஏற்றுக்கொண்ட
மேசைகள்
கை அசைவுக்கு ஏற்ப கொடுத்த ஓசைகள் தேர்வு
அறையிலோ...
தொலைந்து போன வார்த்தைகள்
வகுப்பு அறையிலோ...
வார்த்தைகள் இருந்தும் தொலைத்தப் பேனாக்கள்
மூன்றாம் வருடத்தில் உறவாக மாறிய இந்த
கல்லூரிப்பயணம்
பறவைப்போல் ஆகிறது..
இறக்கைகள் இருந்தும் வெகுதூரம்
பறக்க முடிந்ததும்
முடிவிலா தேடலின் முயற்சியாகிறது.

சந்தோஷ் குமார்...

காரணங்கள் எதற்கடி கண்ணம்மா

ஒரு கடிதம் எழுவதற்கோ
ஒரு முத்தமிடுவதற்கோ
அன்பிலான அணைப்புகள் தருவதற்கோ
எதர்பாராத சந்திப்புகளுகோ
ஒரு கோப்பை தேநீருக்கோ
நீண்ட நெடிய பயணங்களுகோ
சின்னஞ்சிறு உரையாடல்களுக்கோ
பேரன்பு செய்வதற்கோ
சிறுகதைகள் வாசிப்பதற்கோ
ஒரு சிறு இசை கேட்பதற்கோ
அன்றாடம் சந்திக்கும்
பூக்கடை அக்காவின் சிரிப்புக்கோ
ஒரு தொலைபேசி அழைப்பிற்கோ
காரணங்கள் எதற்கடி கண்ணம்மா
காரணங்களே தேவையில்லை!

பிரியதர்ஷினி.ர

கார்காலம்

47

ஏகாந்தமே துணையாய்,

விழிநீர் முழுதும் விரயமாய்,

உறவுகள் யாவும் பொய்களாய்,

யாரோ எழுதிய வரிகளிலே ஓர் ஜீவனம் வாழ்ந்து,

வெறுமையால் மனதில் படர்ந்த கருமையாய்
நகரும்;

இந்த மழையில்லாக் காலங்களுக்கு தான்
இன்றெல்லாம்,

கார்காலம் என்று பெயரோ?

Rishi K

காத்திருப்பு

உன்னை நெருங்கி வரும் என் உள்ளத்திற்கு உன்
விழிகள் சொல்லும் மொழிகள் என்னடி..!

சற்று வியந்து தான் போனேன்...

நீ பார்த்த அந்த ஒற்றைக் கண் பார்வையில்..

பஞ்சும் நெருப்பும் போல் உன் நினைவுகள்
என்னுள் பற்றி எரிகிறது..

உன் நினைவுகளை மறக்கவும் முடியாமல் ,
இழக்கவும் முடியாமல் , காலங்கள் கடந்தாலும்
காத்திருப்பேன் உனக்காக.....

கவிதையும் காதலும்

காற்றின்மொழி

உன்பார்வைபட்டகணம்முதல்,
உந்தன்பிம்பமே
கண்ணில்வந்துவந்துபோவதேனோ?
காட்சியாய்நுழைந்தபிம்பம்...
எப்படி இங்கு காதலாய் மாறிப்போனதோ?
விடைதெரியா....பேதைஇவள்!
நீ உச்சரித்த வார்த்தைகள் இன்னமும் கூட
மௌனமாய் இவள் மனதினுள் இசைக்கிறது!
நீர் உன் காதலை உணர்த்த செய்த குறும்புகளும்
நினைவினில் வந்து வந்து சேருதடா?? ரகசியமாய்...நீர்
நெருங்கிய கணங்களும்.... அந்தோ! பாலைவனத்தில்
ஊறிய நீரூற்றாய் இவள் நெஞ்சினுள் பொங்கிடுதே!!
நீர் உதிர்த்த காதலை இவள் வார்த்தைகள்
வெறுத்திருக்கலாம்...
ஆனால் இவள் மனம் எப்போதும் உன் வசமே...
காற்றாய் தானடா நுழைந்தாய்.... இவள் நெஞ்சினுள்
என்று சுவாசமாகிப் போனாயோ?.... என்பதறியா
கோதை இவள்
இவள் காதல் பொதிந்த வார்த்தைகளின் மத்தியில்
இவள் சுவாசம்
கலந்த காற்று உரைக்கும்.... உனக்கான
பேரன்பினையும்
இவளின் கவிக்குள் அடங்கா காதலையும்!.
இந்த உறங்காத தென்றலின் உயிரினையும்!

சங்கீதா நாகு

கானல்

நகரத்து சத்தத்தில் சங்கமித்த பின் கிராமத்து
தென்றலும் பேரிரைச்சல்தான்!
அடுக்குமாடிச் சிறைகளே சுகமென ஆனபின்
அடர்ந்த பரந்த வெளிகளும் சிறைதான்!
கரி படிந்த காற்றே சுவாசமென ஆன பின்
தூய்மையான காற்றும் மூச்சுதிணறல் தான்!
பக்கத்து வீட்டினரும் அறியாதவர்கள் ஆனபின்
அக்கறையான விசாரிப்புகளும் தொல்லைதான்!
இணையத்தில் தொலைவுகள் அருகே வந்த பின்
அருகில் இருப்பவையும் தொலைவுதான்

ஆதினி

கோபம்

என்னை விட்டு நீங்காமல் இருக்கும் நண்பனே!
உனக்கு என்னை மிகவும் பிடிக்குமோ?
வானம் அளவு பிடிக்குமோ? கடலின் உப்பளவு
பிடிக்குமோ?
என்னை நீங்காமல் இருக்க காரணமும் நானோ?
உன்னை அழிக்க சாதனம் இல்லை என்ற கர்வமோ?
நானோ நண்பனே வெறுக்கும் மனிதன்!
நீ மட்டும் ஏன் என்னை நேசிக்கிறாய்...
என்னிடம் ஒன்றுமில்லை உன்னிடம் தர..
என்னை விட்டுச் செல் இல்லையேல் உனக்கும்
பிடிக்கும் பைத்தியம்!
என்னைப் பற்றி எனக்கே தெரியாது!
பாவம் உனக்கெப்படியப்பா தெரியும்?
சரி என்னைப் பிடித்துக் கொள்,
கோபத்தால் சாகும் அவர்களை விட்டு விட்டு...

ஐஸ்வர்யா குமரவேல்

சட்டென்று மாறுது வானிலை.

இளந்தென்றல் அனல்காற்றாய்...
அலைகடல் புயல் காற்றாய்...
இயற்கையின்தோழனாய்..
அன்று!!...
தொழிற்சாலையின் புனல் காற்றாய்...
வாகனங்களின் நச்சுக்காற்றாய்...
வெண்ணாடை மேகத்தின் கரைச்சித்திரமாய்...
பிரபஞ்சத்தின் துரோகியாய்...
கொரோனாவின் பலிகளாய்...
கறைச்சித்திரத்தை நீக்க...
வீட்டிற்குள் முடங்கிய நம்மை..
இயற்கையின் பாடமாய்...
இயற்கையை உணர..
மாதங்களாய் இயற்கையை ரசிக்க வைக்க...
சட்டென்று மாறியதோ?... இவ்வானிலை...!

லோகஸ்ரீ . பி

சிறகுகள் விரித்திடு

வாழ்க்கைப் போரில் வெற்றியுமுண்டு தோல்வியுமுண்டு/
பாழ்பட்ட நிலத்திலும் விதைகள் முளைப்பதுண்டு/
எண்ணங்களைச் செம்மையாக்கி வேதனைகளை
உரமாக்கிட/
வண்ணங்கள் நிறைந்த வானவில்லாய் வாழ்வாகுமே/
முயற்சியை மூலதனமாக்கி முட்டுக்கட்டைகளைப்
படிக்கட்டுகளாக்கி/
தயக்கமின்றி நடைபோட்டால் நானிலமும் நம்வசமே/
நேற்றைய தோல்வியை மனதில் புதைத்து/
கற்றிட்ட அனுபவத்தில் வெற்றியைத் தேடிடு/
சிலந்தி வலையெனக் கவலைகள் பிடித்தாலும்/
பலங்கொண்டு பிய்த்தெறிந்து சிறகுகள் விரித்திடு/
விழுகின்ற விதைக்குள்ளே முளைக்கின்ற வீரியமுண்டு/
விழுகின்ற மனிதருக்கும் சாதிக்க வழியுண்டு/
வலியோடு போராடும் வித்தைகள் கற்றிடு/
பொலிவான வாழ்க்கையை வாழ்ந்தே காட்டிடு/
மறைந்தாலும் எழுந்திடும் கதிரவனாய் இருந்திடு/
மறையாத புகழோடு மண்ணுலகில் வாழ்ந்திடு/

நட்புடன்,

கவிச்சிற்பி.நா.அருண் பிரசாத்,

திருச்சி

தந்தை

உயிர் அணுவை கொடுத்து

அது கருவாய் தறித்த கனம் முதல்

தன் உடலை வருத்தி

வியர்வை சிந்தி

அயராது பாடுபட்டு உழைத்து

அதன் இன்பத்திற்காக தன் இன்பத்தை மாய்த்து

உலக இயல்புகளையும் அதில்

வாழும் வழிமுறைகளையும் கற்றுக்கொடுத்து

அதன் வளர்ச்சியை கண்டு ரசிக்கும்

மாமேதை தந்தை.

சீனிவாசன்.ரா

தினம் காணா ரகசியம்

கவலைக் கடலில் மூழ்கி செய்வதறியாது
திகைத்து நிற்கும் இரவு நேரத்தில்
மனதிற்கு அமைதி தந்து மகிழ்ச்சி
அழித்த கடவுளின் அமைப்பை என்னவென்று
வர்ணிப்பது !
எங்கும் பரந்து விரிந்த வானில்
இருளில் இயற்கையின் அழகு குன்றையில்
வளர்ந்தாலும் தேய்த்தாலும் அழகாக ஒளிதந்து
வானின் பிறைசூடா மணிமகுடம் சந்திரனும்
துள்ளிக் குதிதோடும் மான் கூட்டங்களும்
சலசல வென்று பாடிசைகும் அருவிகளும்
காற்றில் மெல்லிசைத்து ஆடும் இலைகளும்
தோல்வியை உடைத்து வெற்றியை வடிவமைத்து
கனவுகளுடன் மகிழ்வாக வாழும் மனிதர்களும்
இரவை அழகாகும் நட்சத்திரக் கூடங்களும்
ஆஹா! என்ன அழகு! எத்தனை அற்புதம்!

தமயந்தி.இ

தொலைத்தேன்

என்னை நானே தொலைத்தேன்!

பிறரின் அன்பிற்காக ஏங்கி என்னை

தொலைத்தேன்!

பிறரின் பார்வைக்காக என்னை தொலைத்தேன்!

பிறரின் பரிதாபப்பாசத்திற்கு என்னை

தொலைத்தேன்!

என் தோழனுக்காக என்னை தொலைத்தேன்!

என் தோழிக்காக என்னை தொலைத்தேன்!

இது சுயநல பூமி என்று அறியாமல் என்னை

தொலைத்தேன்!

மீட்டெடுப்பேன் என்னை நானே!

எனக்கு நானே!!

மைத்ரேயி

தூக்கத்தில் சிரித்தேன்

என் ஆசையின் உருவமே.
என் கற்பனை உலகமே.
என் நிரந்தர பிரிவின்
தற்காலிக ஆறுதலே
மனிதர்களுக்கு தூக்கத்தில் நீ..
சாதனையாளர் நினைப்பே நீ
வசந்த காலத்தைப்
பரிசளித்தாய்
பிரிந்தவர் முகம்
காட்டினாய்
உறக்கத்தில் சிரித்தேன்
காதலால் அல்ல
உன்னால் மட்டுமே
கனவே..... பல கனவுகளோடு......

பா.பரதன்

நானும் காதலிக்கிறேன்

பிறந்த மழலை பெயர் கேட்கும்,
முன் னெய் - வாழ்நாள்
கனவை செவிக்கிறது,
பெற்றோரின் கூங் குரலில்...!
அக் கனவுடன்
வளரும் வாலிபத்தில்,
நாள்தோறும் விடைத் தாளில்,
விடையளித்து விடையளித்து,
விடைத் தாளும் நிரம்பவில்லை...!
பெற்ற மதிப்பெண் களால்,
விரும்பிய கனவும் கிட்டவில்லை,
விலகிப் போனாலும்,
மனதிலிருந்து மறந்து போகவில்லை...!
என்றும் மாறாத மனதுடன்,
"நானும் காதலிக்கிறேன்
என் கனவை"...!

அப்சல் அகமது

நிஜமடா நீ

முன்னிலை படுத்திய உன்னை
சற்று தள்ளி தகர்த்து தன்னிலை
படுத்தினேன்............
கரைந்திடும் கண்ணீர் துளிகளை
நனைத்திடும் மழைத்துளியில்
கரைத்து விட்டேன்...........
என்னுள் பரவிடும் உந்தன்
நினைவுகளுக்கு சிறை வாசம்
தந்தேன்.....
ஆதி முதல் அந்தம் வரை என்னை
ஆர்பரித்த உந்தன் நினைவுகளை
உயிரின் எல்லையில் நின்று
வெறுத்தேன்........
நினைவுகளோ நிஜங்களோ
என்னை மறந்து உன்னை நினைத்த
கணங்களை கானல் நீராய் கடந்து சென்றேன்

கீர்த்தனா ஸ்ரீ

நிலவு

விண்ணில் தெரியும் வெண்ணிலவே
பகலில் மறையும் பொன்னிலவே
இரவில் தோன்றும் கதிரவனே
இரவிற்கு ஒளியூட்டும் சந்திரனே
ஈசன் தலையில் அமர்ந்தவானே
இறைவனுக்கே ஒளி கொடுப்பவனே
குழந்தையின் அழுகைநிறுத்த வந்தவனே
அழகான தோற்றம் கொண்டவனே
கட்டெறும்பாய் தோன்றி மறைபவனே
கலகலவென மீண்டெழும் கதிரவனே
இருளில் வரும் ஆதவனே
இருளை போக்கும் தூயவனே
வட்ட வடிவில் தோன்றுபவனே
வண்ண மற்று இருப்பவனே
இரக்கையில்லாமல் வானில் பரப்பவனே
இரக்க குணம் கொண்டவனே
எம்கண்ணிற்கு அழகாய் தோன்றினார்
உன்னைப்புகழ வார்த்தைகள் பல

தமிழின் தோழன்

பாரதம்

மண் ஈனும் ஆற்றல் அரிதோ;
  அன்று பேதம் நுழைந்தது நன்றோ!
மன மாற்றம் நற்செயல் புரிகுவையோ;
  வையப் பேறின் நன்னிலை எங்கோ!
காலம் வந்து கனவும் வந்ததோ;
  இருளில் ஒளி களவு போனதோ!
மனத்தின் ஈரம் காய்ந்தது ஏனோ;
  சுற்றும் சாம்பல் பூசுவது புத்தியோ!
உணர்வு மறுத்து ஞானம் வளர்ந்ததோ;
  வளர்ந்த தெதுவோ விழைந்தது நன்றோ!
தேவை உலகில் கொடியது அன்றே;
  தேடல் பொருத்து ஊழ் எதற்கோ!
சுயம் வளர்த்தும் யாவுயிர் வளர்த்தும்,
  தொண்மை மீண்டெழு புது பாரதமே!

சூர்யா சிவன்

புகழ்

தோல்வியை தோழமையாயும் வெற்றியை
வெளிச்சமாயும் கடந்தால் வெல்லலாம் வாழ்வை
என்றும் புகழாய்
கடமையை கண்ணியமாயும்
காரியத்தை காதலாயும் கருதினால் சுவைக்கலாம்
வாழ்வை என்றும் வளமாய்.
பயிற்சியே படைப்பு என்றும் முயற்சியே முடிவென்றும்
தொடர்ந்தால் தொடலாம் இவ்விண்ணை என்றும் இனி
வெல்ல யார் உன்னை - எவ்வளவு போற்றுதலை
பெற்றிருந்தாலும்
தூற்றுதலை சிறிது சிந்தித்தால் சிறப்பை பெறலாம்
என்றும் இவ்வுலகில்
விலகிடாமல் விரைந்து நீச்சலடி நிச்சயம் வெல்லலாம்
நிதானமாய் இவ்வுலகை
என்றுமே மறவாது உலகம் உன் புகழை
புகழ்ச்சியிலேயே மலர்ந்திடு என்றும் வாழலாம் புகழால்
இம்மண்ணோடு.

மழலைக் கவி சா .கிருஷ்ணகுமார்

புரியா புதிர்

அந்தி காலை எழுமுன் - சோகம்

தென்றல் தீண்டிக் கதிரவன் - கதிர்

தீண்டிக் கொண்டு மறையும் வரை - சோகம்

என்றால் புன்னகையின் பொருள் என்ன?

மகிழ்ச்சியில் உதிக்கும் அழகு - அழகென்றான்

சோகத்தில் தொங்கும் முகத்தின் - பெயர் என்ன?

வெக்கத்தில் மண்னன பார்த்தால் -சம்மதம்

சோகத்தில் தாயை பார்த்தால் - கோபம்

என்று பழிப்பது தான் முறையா?

மகிழ்ச்சியில் வரும் கனா - சில நிமிடம் ,

சோகத்தில் வரும் கனா - ஓர் யுகம்

பிறந்தால் மகிழ்ச்சி,

மறைந்தால் சோகம் என்பது தான் மாயை,

பிறப்பினும் சோகம் உண்டு!

மனைவியும் மகிழ்ச்சி உண்டு!

Sudharsan. S

நான் படிக்கும் மனிதமே

நான் படிக்கும் மனிதமே!

எழுத்தில் மட்டுமே பொன்போல் மின்னுகிறாய்!

சொல்லும் சொல்லில் தூரிகையாய் மிளிர்கிறாய்!

வார்த்தைகள் வழியே தடையின்றி பயணிக்கிறாய்!

வரிகளாக வாசகிக்கவே வாசம் வீசுகிறாய்!

இருந்தாலும் மனதில் ஏங்கும் கவலையே!

காற்றில் பறக்கும் பறவை போல்.

மின்னி மறையும் வானவில் போல்.

வந்து செல்லும் மின்னல் போல்.

மனிதர்களின் மனதை உணர்ந்த இவர்கள்,

மனிதத்தின் மகிமையை உணர தவறினர்.

இருந்தும் சிலரின் இதயத்தில் துளியுள்ளது.

ஆங்காங்கே அவ்வபோது விழியோரம் படர்கிறது.

வாழ்வின் நெறிகளை வகுக்கும் மனிதத்தை,

சிறுதுளி பெருவெள்ளம் போல் ஆக்கலாமே...!

MachJoke

மாற்றங்கள் மட்டுமே நிலையானது

மாற்றங்கள் மட்டுமே நிலையானது

நாம் மாறும் வரையில் மட்டுமே!!!!!

நம் உடல் பரிணாம

மாற்றமடைகிறது

உணவு உண்டு வளர்வதனால்,

நம் மனம் தடுமாற்றமடைகிறது

வெளி சக்தியால் நாம் ஈர்க்கப்படுவதால்,

நம் அறிவு வளர்ச்சி மாற்றமடைகிறது

நாம் கல்வி கற்பதினால்,

நம் குணம் மாற்றமடைகிறது

நம் மெய் வாய் கொண்ட செயல்களினால்,

நம் கனவு ஏமாற்றமடைகிறது

நாம் நிஜத்தை சிந்திக்காததனால்,

நம்மிடம் மாற்றம் இல்லையென்றால்

நம்மைச் சுற்றியும் மாற்றமில்லை!!

அபிநயா முருகேசன்

முறையற்ற உறவு

ஊரு பாக்குதடி
சனங்க சிரிக்குதடி

ராப்பகலா வேல செஞ்சு
நாலு எழுத்து படிக்க வைச்ச

ஆம்பள பேச்ச நம்பி அடி வயிற நெரச்சி
வந்திருக்கிறயே

உன்ன பெத்ததுக்கு
ஊர விட்டு போகவா

இல்ல கம்மாயில
விழுந்து சாகவா

கிறுக்கன்

மடந்தையின் நினைவு

காதலும் உன்னை காதல்

செய்கிறதோ,

உன் காதலினால்

காதலும் கைபொம்மை ஆகிறதே!

காதலுக்கு

காதலிக்க கற்றுக்கொடுத்தவனே!

விட்டுச்செல்லதான் நினைக்கிறேன்

நீ விட்டுச்சென்ற நினைவுகளையும்

விட்டுக்கொடுத்த காதலையும்,

விட்டுச்செல்லும் நினைவு மட்டும்

விட்டுச்செல்கிறது என்னை

உன்னை விட்டுச்செல்ல

மனமில்லமால்!

விட்டுச்செல்லா மடந்தையாய்...

அருள் ராமலெஷ்மி.ப

முடிவின் ஆரம்பம்

கார்மேகத்தின் முடிவாய்...
மழையின் ஆரம்பமாய்...

செடி இதழின் முடிவாய்...
இளந்தென்றலின் ஆரம்பமாய்...

துயரத்தின் முடிவாய்...
இன்பத்தின் ஆரம்பமாய்...

கோபத்தின் முடிவாய்...
அன்பின் ஆரம்பமாய்...

என் வரிகளின் முடிவாய்...
கவியின் ஆரம்பமாய்...

சற்று உற்றுநோக்கிபார்..
உன் முடிவின் ஆரம்பத்தை!

LOGASHRI . P

பெண்ணுக்கு யார் காவல்

பெண்ணே, காந்த பார்வை கொண்டு,

ஈர்க்கும் உனக்கு யார் காவல்?

சிங்கம் போல் சீறும் கண்கள்,

கொண்டவளுக்கு யார் காவல்?

பாரதி கண்ட புதுமை பெண்ணே

உன் புதுமைக்கு காவல் யார்?

பிறர் வாழ்வில் வண்ணங்கள் பூசும்,

அதிசய அழகிற்கு யார் காவல்?

தேன் போன்ற சொற்கள் உடையவளுக்கு

அவளே உன்மையான காவல்.

பிறர் வாழ்வில் விடையாய் இருக்கும் அவளுக்கு,

அவள் விடையே காவல்.

பெண்ணே, உன் அன்புக்கும், அறிவுக்கும்

நீயே உகந்த காவல் ஆவாய்.

உன்னையே உன் புதுமைக்கும், பழமைக்கும்

காவலாக கொள்.

ரெஸ்னி ராமகிருஷ்ணன்

யான் கண்ட வேற்றுமைகள்

பெண்மைக்கோ பொருளுக்கோ வேறுபாடில்லை..

இலட்சியமும் தடைகளும் உடைந்த பாடில்லை.

பணத்திற்கோ தேவைக்கோ வேறுபாடில்லை...

தேடுதலும் தன்னிறைவும் நின்றபாடில்லை.

மனிதனுக்கோ கடவுளுக்கோ வேறுபாடில்லை..

ஆக்கத்திற்கோ அழிவிற்கோ முடிவேயில்லை.

எவ்வளவு வேற்றுமை இருந்தாலும், நடக்க

வேண்டுமென்பதை நடத்தியே தீர வேண்டுமோ?..

எல்லோரிடமும் அன்பை, சமத்தராசிலிட்டு காட்ட

வேண்டுமோ?..

உணர்ச்சியற்றவனாய் இருந்தால் இப்படித்தானென்ற

முடிவு கட்ட மாட்டார்களோ?....

மேலும் சொல்லலாம் மென்மேலும் செதுக்கலாம்......

பவித்ரா ஆறுமுகம்

வேறொன்றுமில்லை

அன்பு...

ஒருபோதும் உடைமையாகிவிடுவதில்லை

உறுதியளித்துக் கூடவே இருந்துவிடுவதுமில்லை

அன்பு கைகளை நீட்டி

நம்மை இறுக அணைத்துக் கொள்கிறது.

அந்த அணைப்பில் நாம்

செய்யவேண்டியது என எதுவுமில்லை...

அதன் இதத்தையும் இருப்பையும்

கொண்டாடுவதைத் தவிர

அர்ச்சனா ஜெயச்சந்திரன்

வாசனை திரவியம்

வானத்தில் விழுந்த வெளிச்ச விரிசல்கள்
வருணன் அவனின் வருகைக்கான அடையாளம்
அது
குதூகலமானாள் மண், நீண்ட நாட்கள் கழித்து
குளிக்க போகிறாள் என்பதனால்
குளியலை தொடங்கினாள் மண்
அவசரக்காரி, இலை மீது விழுந்த மழைத்துளிகள்
தரை தொடாமலா போய்விடும்...
அதற்குப் போய் கோபம் கொண்டாள் இலை
மேல்....
என் வேர்களுக்கு பின்தான் உனக்கு,
என்னையே கோபிக்கிறாயா என்று பழி வாங்கியது
இலை..
பின் வேறு வழியின்றி பொறுமை காத்து
பெருமைப் பேசிக்கொண்டாள் குளித்ததால்
கிடைத்த வாசம் பற்றி..
மண்ணிற்காக பிரத்யேகமாக தயாரிக்கப்படும்
வாசனைத்திரவியம் தான் மழையோ
மனிதனை தொடும்போது வராத வாசனை
மண்ணைத் தொட்டவுடன் மணக்கிறது

அருண்வர்ஷின். ரா. க

வாலிபம் ஒரு வானவில்

கண்ணில் பல கனவுகள்

கடந்து காதலும் கடமையும்

இளமைப் பருவ சிட்டுகள்

இலட்சியம் நோக்கிய படிக்கட்டுகள்

வேகத்திலும் ஒரு அமைதி

அமைதியிலும் ஒரு தெளிவு

சன்னலோர மழைத்துளிகள்

சாலையோர நெடுபயணம்

அலையும் தேனியாய் நான்

செதுக்கப்படும் சிலையாக என்றும்

விண்ணிலும் ஏற சிறகடிக்கும்

மண்ணிலும் ஆள துடிக்கும்

என் வாலிபம் அது

இனிக்கும் வாழ்நாள் இன்பம்

விஜி அ

வானம் வசமாகும்

இருகால் முடவனும்
வாழ்கின்றான் துணிவோடு
நம்பிக்கையின் துணையோடு
நம்பிக்கை என்பது விதை போன்றது
விதைப்பது மட்டும் தான் கடினம்
விதைத்து விட்டால் விருட்சமாகிவிடும்
அவ்விருட்சம் பலருக்கு ஆதரவளித்து
புன்னகைப் பூப்பூத்து நம்பிக்கை - கனியளிக்கும்
கடுகு சிறுத்தாலும் காரம் குறையாது
வீட்டினுள் முடங்கினாலும்
 கடினங்கள் பல வந்தாலும்
பூமி போல் பொறுமையாக
நதியென பாய்ந்து
தென்றலாய் ஓய்வின்றி
தீயென செயல்பட்டால்
அந்த வானம் வசமாகும்.

கவிஞர். ஆ. நித்ய கல்யாணி

விவசாயிநெஞ்சம்.

நெஞ்சமிது விவசாயி நெஞ்சமிது
வீசியது பூந்தென்றல் வீசியது
புயலாகி இப்போது சுழல்கிறது
பூமியிது விவசாய பூமியிது
பாய்கிறது விஷமாக பாய்கிறது
நீர்எங்கே? மறைகிறது
மண்ணை மலடாக்கி; நீரை விஷமாக்கும் கலியுக
காலமிது
மரங்கள் சாய்கிறதே மக்கள்
மனச்செயலாலே மாய்கிறதே
நிலத்தை வீடாக்கி நரகத்தை
வரவழைக்கும் மானிடரே
விவசாயிகாலில் சேறு - அப்போது
நமது வயிறு நிறைய சோறு
அது அழிந்த பின்னே ஏது...?
சுடுகாடு

ம.சுதாகவி

2020 இல் இந்தியா

"2050 இந்தியா"
2020இல் வல்லரசு!!
கலாமின் கனவு- இன்று
2050 ஆக நீண்டதோ?-அன்று
சோம்பல் மனிதனை வெல்லுமோ?-அல்ல
வணிகம் கல்வியை கொல்லுமோ?
பசியை பிணி பற்றுமோ? - அல்ல
பணம் பரிவையும் பறிக்குமோ?
ஒரு பிடி சோறு மிஞ்சுமோ?- அல்ல
மீதமுள்ள மனிதமாவது எஞ்சுமோ?
பதவி திறமையை திருடுமோ?-அல்ல
வீரம் வேரோடு வற்றுமோ?
தாகத்திற்கு தண்ணீர் கிட்டுமோ?-அல்ல
மணல் மட்டும் கானல் நீராய் மாறுமோ?
எண்ணற்ற நிலைகள் நின்றிடுமோ? -அல்ல
காற்றில் கரைந்து கலந்திடுமோ??
மனிதம் ஒன்றே பதிலோ?- அல்ல
எவ்வருடமும் இது புதிரோ?

அபர்ணா வேல்முருகன்.

www.ingramcontent.com/pod-product-compliance
Lightning Source LLC
La Vergne TN
LVHW092025190726
843493LV00002B/587